மனதில் உதிர்ந்த பூக்கள்

TAMIL KAVIDHAIGAL

ஆயிஷா ஜலீலா M.A. | B.ED. | M.PHIL. |

Made with ♥ on the Notion Press Platform
www.notionpress.com

தமிழ் பேசும் அன்பு உள்ளங்கள் அனைவருக்கும் இந்த புத்தகம் சமர்ப்பணம்.

கணிப்பொறி காலத்திலும் கவிதை படிக்க விரும்பி இப்புத்தகத்தை தேர்ந்து எடுத்தமைக்கு நன்றி.

மறக்காமல் உங்கள் கருத்துக்களை பகிர்ந்ததால் மகிழ்வேன்.

தொடர்புக்கு மின்னஞ்சல் afafsep22@gmail.com

பொருளடக்கம்

அணிந்துரை   vii

முன்னுரை   ix

முகவுரை   xi

1. ஒரு காதல் ஏக்கம்   1

2. அன்னை மடி   2

3. இயற்கையின் அழகு   4

4. பெண்   5

5. நம்பிக்கை   7

6. காதல்   8

7. அமைதி   9

8. நட்பு   10

9. மனித நேயம்   11

10. நண்பன்   12

11. அப்பா   13

12. நிலவு   15

13. ஒர்க்கிங் வுமன்   16

14. பெற்றோர்   17

15. ஆண்வர்க்கம்   20

16. கொரோனா காதல்   21

17. இயற்கை அன்னை   22

18. மனிதன் மிருகமாகிறான்   23

19. மரணம்   24

20. தோழமை   25

21. வேஷம்   26

பொருளடக்கம்

22. வெளி நாட்டு வாழ்க்கை   27

23. அதிஷ்டசாலி??   28

24. வசீகரா   29

25. இயற்கை மனம்   30

26. சிந்தனைக்காக   32

27. ஞாபகம் வருதே!!   34

28. பெற்றோர்   36

29. அம்மா.   39

30. நன்றி கொரோனா   41

31. செல்லமே   43

32. பறவை   44

33. அன்புள்ள அண்ணா   45

34. சோதனையும் சாதனையே !   46

35. ஏக்கம்   47

36. அரவணைப்பு   48

அணிந்துரை

தமிழ் மொழியின் இனிமை சுவைத்தால் மீள இயலாது.

நான் ஒரு ஆங்கில ஆசிரியை எனினும் தமிழ் எழுத்-தில் சிறிது ஆர்வம்.

நான் கிறுக்கிய சிலவற்றை ஒரு புத்தகமாக வெளியிட்-டுள்ளேன் இது என் முதல் முயற்சி வாழ்த்தினால் முன்னே-றுவேன்.

100 ரூபாய் தமிழுக்காக செலவிடுவதில் 100 ஆயிரம் மகிழ்ச்சி தருமல்லவா

முன்னுரை

என்னுரை

என்னைப் பற்றி சில வரிகள் ......

தூத்துக்குடி மாவட்டம், காயல்பட்டணத்தில் பிறந்து வளர்ந்த நான் பள்ளிப் பருவம் முதல், எண்ணத்தின் ஓட்டங்களை கிறுக்குவதுண்டு. நண்பர்கள் வட்டாரத்தில் அதற்கு அலாதிப் பிரியம். கல்லூரிக் காலங்களிலும் எழுதுவது பொழுதுபோக்கு. துபாய் (அல் அய்ன்) எனும் ஊரில் ஆங்கில ஆசிரியை நான்.

மனதை இதயாக்கும் நொடிகள் சில, அதனை கனமாக்கும் தருணங்கள் பல. இயற்கையின் அழகு, வாழ்வியலின் தன்மை, இவை நம்மை ஈர்ப்பதுண்டு. அன்பு, நட்பு, காதல், உறவு, ஏமாற்றம், பிரிவு என வாழ்வின் பல பரிமாணங்களில் சிக்கித் தவிக்கும் நம் மனதின் வெளிப்பாடாக என்னுள் உதிர்ந்த மலர்களைக் கோர்த்துப் படைத்துள்ளேன். படிக்கும்போது சில பூக்களாக வருடலாம், இன்னும் சில முட்களாக நெருடலாம். இது என் முதல் படைப்பு. உங்களின் விமர்சனங்கள் என்னை ஊக்குவிக்கும். தவறுகளை சுட்டிக்காட்டினால் திருத்திக்கொள்வேன்.

வாழ்த்துங்கள் !!
வளர்வேன் !!

பிரியமுடன்
திருமதி. ஆயிஷா ஜலீலா, M.A., B.Ed., M.Phil.,
D/o W.S.M தாஹா,
காயல்பட்டினம்.
afafsep22@gmail.com

முகவுரை

(என்னுரை)

என்னைப் பற்றி சில வரிகள் ......

தூத்துக்குடி மாவட்டம், காயல்பட்டணத்தில் பிறந்து வளர்ந்த நான் பள்ளிப் பருவம் முதல், எண்ணத்தின் ஓட்டங்களை கிறுக்குவதுண்டு. நண்பர்கள் வட்டாரத்தில் அதற்கு அலாதிப் பிரியம். கல்லூரிக் காலங்களிலும் எழுதுவது பொழுதுபோக்கு. துபாய் (அல் அய்ன்) எனும் ஊரில் ஆங்கில ஆசிரியை நான்.

மனதை இதமாக்கும் நொடிகள் சில, அதனை கனமாக்கும் தருணங்கள் பல. இயற்கையின் அழகு, வாழ்வியலின் தன்மை, இவை நம்மை ஈர்ப்பதுண்டு. அன்பு, நட்பு, காதல், உறவு, ஏமாற்றம், பிரிவு என வாழ்வின் பல பரிமாணங்களில் சிக்கித் தவிக்கும் நம் மனதின் வெளிப்பாடாக என்னுள் உதிர்ந்த மலர்களைக் கோர்த்துப் படைத்துள்ளேன். படிக்கும்போது சில பூக்களாக வருடலாம், இன்னும் சில முட்களாக நெருடலாம். இது என் முதல் படைப்பு. உங்களின் விமர்சனங்கள் என்னை ஊக்குவிக்கும். தவறுகளை சுட்டிக்காட்டினால் திருத்திக்கொள்வேன்.

வாழ்த்துங்கள் !!
வளர்வேன் !!

பிரியமுடன்
திருமதி. ஆயிஷா ஜலீலா, M.A., B.Ed., M.Phil.,
D/o W.S.M தாஹா,
காயல்பட்டணம்.
afatsep22@gmail.com

1. ஒரு காதல் ஏக்கம்

ஒரு காதல் ஏக்கம்
நிலவின் ஒளியில் கைகோர்த்துக்கொண்டு
நடந்த அந்த நினைவுகள்.
இன்று நான் இங்கு நீ அங்கு
நிலவு மட்டும் தனிமையில் நடக்குது வானில்.
வண்ணம் இல்லாது ஏது வானவில்? நீ
இல்லாது உயிரில்லை என் வாழ்வில்.
நீ வரும்வரை நடக்கிறன் நிலவோடு நீ இன்றி
நான் இல்லை உயிரோடு. விரைந்து வா
அன்பே!!
நிலவு மட்டும் அல்ல
நானும் தனிமையில் தான் தவிக்கிறேன்.
ஆயிஷா ஜலீலா

2. அன்னை மடி

அன்னை மடி

அன்னையின் மடி
எத்துணை துன்பத்திலும் சொர்க்கமடி.
அவள் நம்முடன் இருக்கிறாள் என்ற உணர்வு
நம் ஒவ்வொரு செயலுக்கும் முதுகெலும்பு
எத்துணை சொந்தங்கள் இருந்தாலும்
என் தாயின் அந்த ஒர் சொந்தத்திற்கு ஈடாகுமா?
என் கஷ்டங்களை கேட்ப்பது போல் -
நடிக்கும் பல முதலைக்கண்ணீர்கள் .
சொல்லாமலே என் வேதனைக்கு -
வடிக்கும் முதல் கண்ணீர் அவளே!
எல்லாம் செய்தாய் எனக்கு-
என்ன செய்தேன் உனக்கு?
இவ்வுலகில் எதையும் விட
நீயும் உன் அன்பும் தான் பெரிதம்மா
என்றும் நீ தான் என் உயிர் அம்மா!
இவ்வுலகை எனக்கு நீ காட்டினாய்
நீ இல்லா ஒர் உலகை யார் காட்டுவார்?
பணம்,பதவி,ஆடம்பர வாழ்க்கை,
இவை அல்ல என் நம்பிக்கை
என் தலை கோதும் உன் அன்பின் கையே
என் வாழ்வின் நம்பிக்கை.
அம்மான்னாலே அன்பும் அரவணைப்பும் தான்
என் அம்மான்னா எனக்கு பேரன்பு தான்.

Written by
Aysha Jaleela
Dec 29,2021

ஆயிஷா ஜலீலா M.A.,B.ED.,M.PHIL.,

• 3 •

ஆயிஷா ஜலீலா M.A.,B.ED.,M.PHIL.,

3. இயற்கையின் அழகு

இலவம் பஞ்சு போல
இறைந்து கிடக்கும் மேகம்.
இளம் காலையில்
இதயத்திற்கு ஓர் இதம்.
இன்னல்கள் பல
இருந்தாலும்,
இயற்கையின் அழகு ஓர்
வருடல்.

– Aysha Jaleela

4. பெண்

பெண்

அழகாய் படைக்கப்பட்ட,
அழகின் அர்த்தம்.
பல பரிமாணங்கள் எடுப்பவள்,
ஒவ்வொரு பரிணாமத்திலும்,
அவளே சிறந்தவள்.
அவள் இருக்கும் இடம் –
அமைதியின் பிறப்பிடம்.
அவள் இல்லா ஓர் இடம்-
எப்பொழுதும் வெற்றிடம்.
மகளாய் பிறக்கையில், தகப்பனின்
தன்னிலையை உயர்த்துபவள்.
சகோதரியாய் மாறும்போது
அண்ணனின், அன்பின் மகுடமாகிறாள்.
மாணவியாக மார்க்குகளை அள்ளி
படிப்பிற்கே பெருமை படைப்பவள்.
மனைவியாக மாறுகையில் மனதிற்கு
வருடல் அளிப்பவள்.
அன்னை என்ற அவதாரத்தில்
அனைத்தையும் ஆள்பவள்.
அன்பிற்கு அதிபதியானவள்.
அதிசயமான படைப்பு !!
அனைத்தையும் தங்குவது, அவளது இயல்பு.
தாங்குகிறாள் என்று தாக்குவது சரியோ ??
ஏக்கங்களை புதைத்து
தாக்கங்களை எதிர்த்து
வாழ்வது தான் அவளின் நிலையோ??

Written by

Aysha Jaleela.   Feb 8,2022

5. நம்பிக்கை

நம்பிக்கை

நம்பிக்கை ஒவ்வொருவரின் வாழ்வின் - அச்சாணி.
நம் அமைதியின் பயணத்தின்- ஊன்றுகோல்.
அதில் விழும் சிறு விரிசலும்,பேரிழப்பே!!
விரிசலின் துவக்க நிலையில்,
சரி செய்தாலன்றி,
வாழ்வையே அழிக்கும் அசுரனாக மாறும்.

Written by
Aysha Jaleela
March 25, 2021

6. காதல்

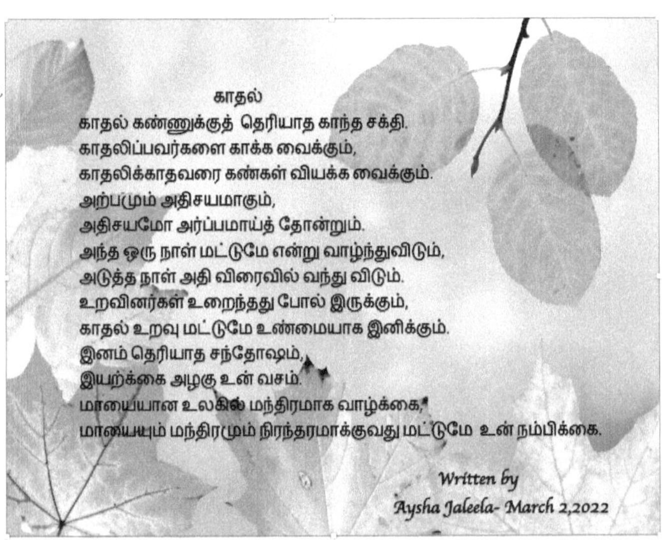

Enter Caption

7. அமைதி

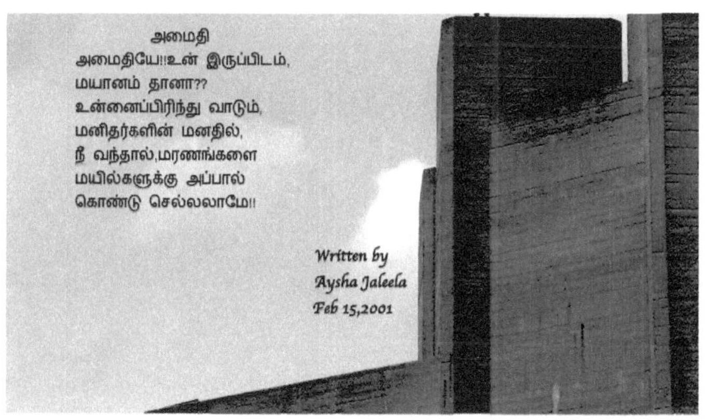

அமைதி
அமைதியே!!உன் இருப்பிடம்,
மயானம் தானா??
உன்னைப்பிரிந்து வாடும்,
மனிதர்களின் மனதில்,
நீ வந்தால்,மரணங்களை
மயில்களுக்கு அப்பால்
கொண்டு செல்லலாமே!!

Written by
Aysha Jaleela
Feb 15,2001

8. நட்பு

Dedicated to Friendship Day
உன்னுடன் நான் கழிக்கும்
ஒவ்வொரு நாளும்,
சிறந்த நாளே.
நிமிடங்கள் கழிவது,
நட்பினை திடமாக்க.
நாம் இணைந்த நாள் முதல்,
என் வாழ்வின் இறுதி வரை,
என்னுடன் நீயிருந்தால்- என்றுமே
எனக்கு திருநாள் தான்.
Written by
Aysha Jaleela
2002

9. மனித நேயம்

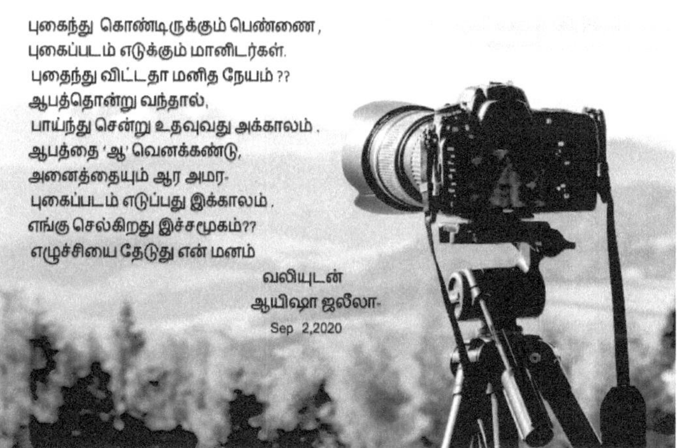

புகைந்து கொண்டிருக்கும் பெண்ணை,
புகைப்படம் எடுக்கும் மானிடர்கள்.
புதைந்து விட்டதா மனித நேயம் ??
ஆபத்தொன்று வந்தால்,
பாய்ந்து சென்று உதவுவது அக்காலம் .
ஆபத்தை 'ஆ' வெனக்கண்டு,
அனைத்தையும் ஆர அமர-
புகைப்படம் எடுப்பது இக்காலம் ,
எங்கு செல்கிறது இச்சமூகம்??
எழுச்சியை தேடுது என் மனம்

வலியுடன்
ஆயிஷா ஜலீலா-
Sep 2,2020

10. நண்பன்

கண்ணே ! நான் குயிலாக இருந்தால்,
நம் நட்பைக் கூவுவேன்.
நான் மானாக இருந்தால்,
உன் நட்பின் மகிழ்வால் துள்ளிக்குதிப்பேன்.
நான் மயிலாக இருந்தால்,
நட்புக்களிப்பில் ஆடுவேன்.
நானோ மானிடன் எனும்,
சிறந்த படைப்பு எனவே,
என் உயிர்த்தோழியை
புகழ்ந்து கவி பாடுகிறேன்.
Written by
Aysha Jaleela- 2002

11. அப்பா

அப்பா

ஆசைப்பட்டு பெத்த அன்பான ஆம்பள புள்ள,

அணு அணுவா உழைச்சி,

அன்பு புள்ளைக்கு சேர்த்து வச்ச அப்பா.

புள்ளைன்னா அப்பாக்கு உசுரு,

கொஞ்சம் கண்டிச்சாலும்,

அப்பான்னா திட்டுறவர்னு பேச்சு எழும்.

அப்பா அன்பு சொன்னா தெரியாது.

அப்பா திட்டினா தப்பாப்போகுது,

அம்மா திட்டினாலும் அம்மானு பின்னாடி போகுது.

அம்மா அடிச்சா கூட அம்மானு அழுவும்

அம்மா புள்ளைங்களே

கொஞ்சம் இந்த அப்பாவையும் நினையுங்களேன்.

10 மாசம் சுமந்த அம்மாவ பார் போற்றுது,

பெத்த பிறகு எங்க போனாலும்,

தூக்கி சுமக்கும் அப்பாவ யாருக்குப்புரியுது.

புள்ளைய திட்டும்போது அம்மா அழுவாள்,

திட்டிட்டு பின்னாடி போய் உன் அப்பா அழுவார்.

மகன் தான் உலகம் அப்பாக்கு

அப்பாவின் அன்பு,

அப்பா ஆகும்போது தான் தெரியும் மகனுக்கு.

சேர்த்து வச்ச செல்வம் எல்லாம்,

பெத்து வச்ச என் செல்வத்துக்கு,

என்று விட்டு இறுதி மூச்சி உள்ளவரை,

தன் அன்பை சொல்லத் தெரியாதவரை-

அப்பானு தான் சொல்லுவாங்கலாம்.

Written by

Aysha Jaleela

Feb 23,2022

12. நிலவு

நிலவு
நிலவின் ஒளியில் கண்டேன்
அவள் முகத்தை
அடடா !!!நிலவை விட ஒரு அழகு
உண்டா என்று வியந்தேன்
அவள் அழகு கண்டு நிலவு
கூட மேகத்தின் பின் தன்னை
ஒழித்துக் கொண்டது
அத்தனை பேரழகு

— Aysha Jaleela

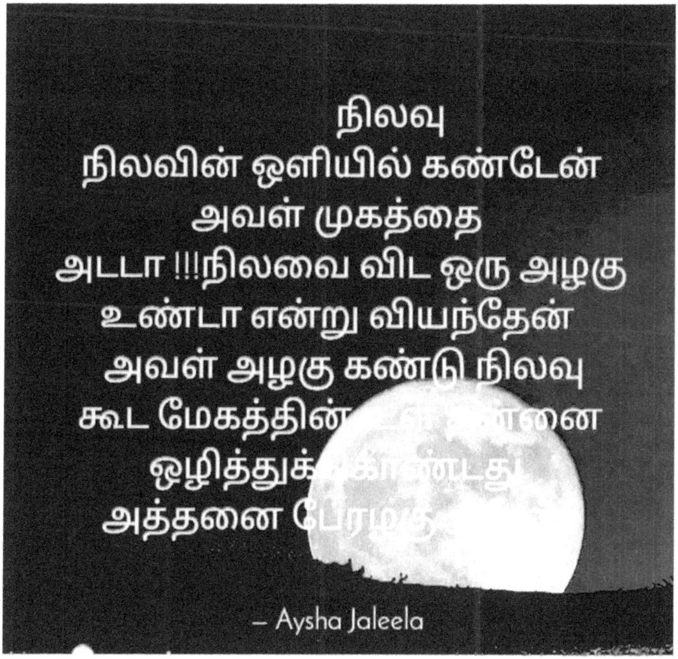

13. ஓர்க்கிங் வுமன்

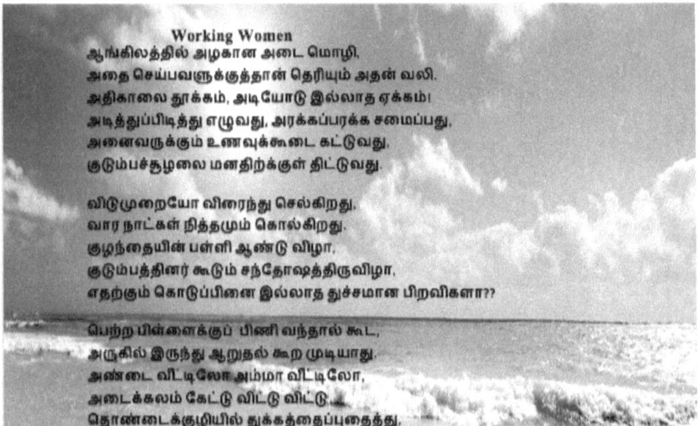

Working Women

ஆங்கிலத்தில் அழகான அடை மொழி,
அதை செய்பவளுக்குத்தான் தெரியும் அதன் வலி.
அதிகாலை தூக்கம், அடியோடு இல்லாத ஏக்கம்;
அடித்துப்பிடித்து எழுவது, அரக்கப்பரக்க சமைப்பது,
அனைவருக்கும் உணவுக்கூடை கட்டுவது,
குடும்பச்சூழலை மனதிற்குள் திட்டுவது.

விடுமுறையோ விரைந்து செல்கிறது.
வார நாட்கள் நித்தமும் கொல்கிறது.
குழந்தையின் பள்ளி ஆண்டு விழா,
குடும்பத்தினர் கூடும் சந்தோஷத்திருவிழா,
எதற்கும் கொடுப்பினை இல்லாத துச்சமான பிறவிகளா??

பெற்ற பிள்ளைக்குப் பிணி வந்தால் கூட,
அருகில் இருந்து ஆறுதல் கூற முடியாது.
அண்டை வீட்டிலோ அம்மா வீட்டிலோ,
அடைக்கலம் கேட்டு விட்டு விட்டு...
தொண்டைக்குழியில் துக்கத்தைப்புதைத்து,
வேலைக்குப்போய் வேதனையை மறைத்து,
வாழ்வது தான் வாழ்க்கையோ!!

களைத்துப்போய் கட்டிலில் படுக்க இயலுமா?
கதைகள் சொல்லும் குழந்தைகள்,
காப்பியும் காரமும் கேட்கும் கணவன்,
அடுத்த வேலை உணவு,
அடுக்களையில் போனால் களைப்பெல்லாம் கனவு.
செய்யும் தியாகம் புரிய ஆளில்லை,
சொல்லும் அடைமொழிக்கு அளவில்லை.
திமிர், ஆணவம், வேலைக்குப்போகும் அடங்காதவள்,
குடும்பத்தை பார்க்காது, பணத்தாசை பிடித்தவள்.
இன்னும் எத்துணை எத்துணை???
வாழ்த்த வேண்டாம், ஆனால் வீழ்த்தாமல் இருக்க முயற்சிக்கலாமே!!
வேலைக்குப்போகும் பெண்கள்,
வீட்டைக்காக்கும் கண்கள்
குடும்ப பாரத்தை உன் தோளுடன் தோல் சேர்த்து தாங்கும்
பெண்ணை, போதுமான அளவாவது போற்றிப்பார் தாண்டுவாள் அவள்
விண்ணை.

Written by Aysha Jaleela. March 18,2022

14. பெற்றோர்

குழந்தைப்பருவத்தில் எனக்கு
எல்லாம் சொல்லித் தந்தவர்கள்.
நான் சிந்திய சோற்றை
அள்ளி எடுத்தவள்.
திரும்பத்திரும்ப கேட்டாலும்
திட்டாமல் சிரித்துக்கொண்டே
சொல்லித்தந்த பொருமை.
அன்பாய் எனக்கு
சோறு ஊட்டிய தாய்.
அறிவை ஊட்டிக்கொண்டே
என்னுடன் நடை பயில வந்த என் தந்தை
வாயில் இருந்து வடியும் எச்சியும்
அசிங்கமில்லை அவளுக்கு
என் சிணுங்கலுக்கு கூட ஓடி வருபவள்.
தன் உறக்கத்தை துச்சமாக எண்ணிய தாய்
உழைத்து ஓடாய்த் தேய்ந்த என் தந்தை
இது நம் குழந்தைப்பருவ நினைவுகள்
இன்று அவர்கள் வயதானவர்கள்.
சொன்னா புரியாதா?
எத்துனை முறை சொல்ல உனக்கு?
இது முதிர்ந்து போன
அவர்கள் கேட்கும் சுடு சொல்.
சோறு குடுத்தா

சிந்தாம சாப்பிட மாட்டியா?
கேட்கும் பிள்ளைக்கு
மனசாட்சி இல்லையா?
எச்சில் துடைக்கவும்
மலம் கழுவவும் அசிங்கப்பட்டு
உன்னை பெத்தவர்களுக்கு யாரோ மலம் கழுவுவதா?
சிறு வயதில் உனக்கு கழுவ
அவர்கள் தயங்கியது உண்டா??
உனக்கு செய்தவர்களுக்கு
நீ வளர்ந்து அவர்களுக்கு
செய்வதில் என்ன அசிங்கம்!
உரக்கப் பேசினால் உறங்கும் பிள்ளை
விழித்திடுவானோ என எண்ணிய பெற்றோர்.
கடுமையான வார்த்தையில்
காயப்படுத்தும் பிள்ளைகளே சிந்திப்பீரா!!
உன் குழந்தைப் பருவத்தில்
உன்னை தாங்கியவர்களை
அவர்கள் தள்ளாத வயதில்
தாங்கவில்லை என்றாலும்
பரவா இல்லை,
எடுத்து எறிந்து நடக்க வேண்டாம்.
அவர்கள் உனக்காக தன் வாழ்வை
தியாகம் செய்த ஈடில்லா உள்ளங்கள்.
என்றும் பெற்றோரை உயிரினும் மேலாக மதிப்போம்.
அவர்கள் முதுமையில் உடனிருந்து
தோல் கொடுத்து தங்குவோம்.
தன்னலமில்லா அன்பு அது ஒன்றே.

உனக்காக இறைஞ்சும்
உள்ளமும் அது மட்டுமே.
முதியோர் இல்லம் வேண்டாம்
முடிந்த வரை நம் இல்லம்
மட்டுமே போதும்.
அன்பை ஊட்டியவர் களை
அரவணைத்து வாழ்வோம்.

15. ஆண்வர்க்கம்

பெண்களை அடிமையாக நினைக்கும் ஆண்களின்
சில வர்க்கமே !
ஆணவத்தால் ஆடினால் அழிந்து போய் விடுவாய்.
ஆத்திரத்தில் அம்மாவையோ அக்காவையோ
அடிக்கின்றாயா?
அடிமையாக நினைத்து ஒரு பெண்ணை அடிக்கும்
உரிமை யார் குடுத்தது?
பெண்களை அடிப்பவன் பொட்டைப்பயல் , வீரம்
இல்லாத கோழைப்பயல்.
அடிக்க ஓங்கும் அந்தக்கையை உடைக்கும் சட்டம்
வரும்வரை ஆணாதிக்கப் பேய்கள் அடங்காது.
பெண்ணை மதிக்காத எவனையும் மிதிக்கும் சட்டம்
வேண்டும் இந்நாட்டில்.
இறைவன் இருக்கிறான் எதற்கும் அஞ்சாதே
பெண்ணே.
அடிமை வாழ்க்கை வேண்டாம் பெண்ணே விட்டு எழு.
அராஜகத்தை எதிர்த்து போராடி ஜெயித்து வாழு.
Written By Aysha Jaleela

16. கொரோனா காதல்

உன்னோடு கூடி வாழ காத்திருக்கும் நான்
கோரோணாவையும் கொலை பண்ணும் ஆண்
அனுமதி கொடு அன்பே நான் அதை செய்ய
ஏங்குறேன் உன்னுடன் கை கோர்த்து வாழ
கணங்களும் யுகங்களாவது இது தானா!!
அங்கு உன் நிலையயும் இது தானா?? என்று
தீரும் இந்த நிலைமை?
என்று மலரும் நம் வாழ்வில் இனிமை??
ஆவலுடன் உனக்காக காத்திருக்கும் நான்!!

17. இயற்கை அன்னை

இயற்க்கை அன்னையே!
ஏனிந்த சீற்றம்??
உன் சீற்றத்தால்,
சீரழிந்த குஜராத்
மக்களைக் கண்டாயா?
சீரழித்த நீ சீரமைக்கும்
வழி அறியாயோ
Written by
Aysha Jaleela
Feb 15,2001

18. மனிதன் மிருகமாகிறான்

Enter Caption

19. மரணம்

மரணம்
மரணம் தருவது மிகப்பெரிய ரணம்.
இழப்பு -நமக்கு உணர்த்தும் உறவின் சிறப்பு.
எத்தனை செல்ல பெயர், உறவு முரைகள்!!
உயிர் போன மறு நொடி ஒரே பெயர் ....சடலம்!!
நம் பெயர் கூட நமக்கு சொந்தமில்லை
ஏன் சண்டைகள், சொத்து தகராறுகள்? நம் பெயர்
கூட சொந்தம் இல்லை என்ற நிதர்சனம் என்று
என்று புரியும் இந்த சனம்!!
இருக்கும் வரை அன்பை மட்டுமே பகிர்வோம்.
உறவுகளை ஆதரிப்போம், உயிர்களை
இருக்கும்போதே மதிப்போம்
மனித நேயத்துடன் வாழ்வோம் மனித நேயத்தை
வாழ வைப்போம்.

ஆயிஷா ஜலீலா
June 7, 2021

20. தோழமை

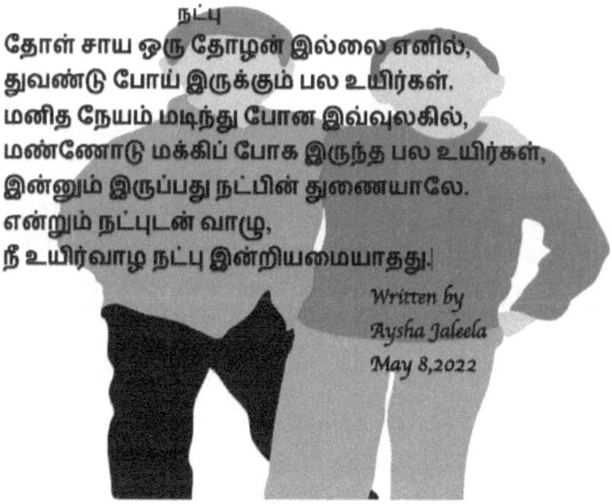

நட்பு

தோள் சாய ஒரு தோழன் இல்லை எனில்,
துவண்டு போய் இருக்கும் பல உயிர்கள்.
மனித நேயம் மடிந்து போன இவ்வுலகில்,
மண்ணோடு மக்கிப் போக இருந்த பல உயிர்கள்,
இன்னும் இருப்பது நட்பின் துணையாலே.
என்றும் நட்புடன் வாழு,
நீ உயிர்வாழ நட்பு இன்றியமையாதது.

Written by
Aysha Jaleela
May 8,2022

Enter Caption

21. வேஷம்

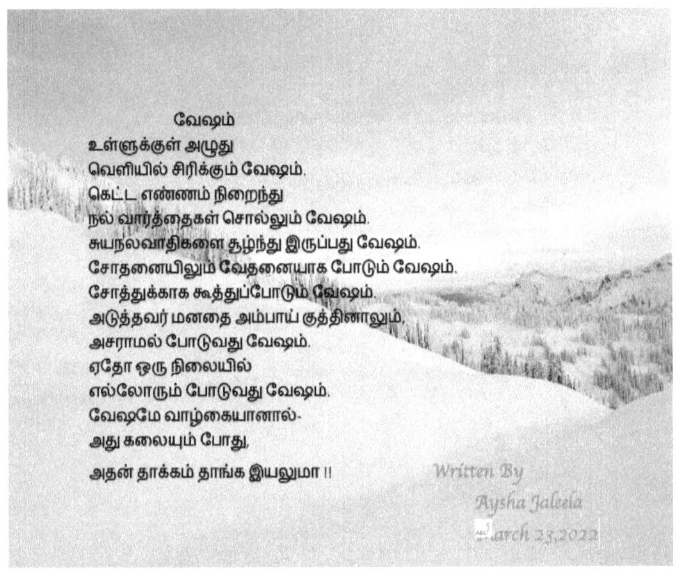

Enter Caption

22. வெளி நாட்டு வாழ்க்கை

Enter Caption

23. அதிஷ்டசாலி??

நிதமும் உன் நெஞ்சோடு ஒட்டிஇருப்பது

இதமாக உன் கன்னங்கள் வருடுவது

இலகுவாக உன் இதழ்கள் உரசுவது

நித்தமும் உன் குரலை கேட்பது

தன் முழு உடலையும் உன்கைக்குள் வைத்திருப்பது

ஒரு நிமிடம் இயங்காவிட்டாலும்

உன் இதயத்தை பதறவைப்பது

அத்தனை அதிஷ்டசாலியா?

உன் அலைபேசி?

24. வசீகரா

காதலை நான் உணரவில்லை

நீ என் வாழ்வில் வரும் வரை

இதயத்துடிப்பு சீராக இருந்தது

உன்னிடம் பேசாத வரை

உதட்டின் மேல் உள்ள மீசை

சுண்டி இழுத்தது என் ஆசை

அன்பின் உண்மை அர்த்தம்

அறிய வைத்தது உன் சொந்தம்

வசீகரா என்னை வசீகரிக்க வந்தாயோ!

இல்லை என் வசப்பட வந்தாயோ!

விழித்திருக்கும் போது வருவது உன் கனவு

என்னை உறங்க விடுவதில்லை உன் நினைவு....

25. இயற்கை மனம்

ஏணிப்படிகளில் ஏறி இறங்கிய காலத்தில்,
நம் ரத்த அழுத்தம் ஏறியது இல்லை.
நான் நிற்க ஏணிப்படிகள் மட்டும் நகருவது
ஏறாத ரத்த அழுத்தத்தை ஏற்றியது.
குனிந்து நிமிர்ந்து வீடு கூட்டிய போது
எங்கள் பெண்களுக்கு என்றும் குறுக்கு பிடித்ததில்லை.
குனியாமல் நிமிர்ந்து எந்திரத்தால்
வீடு பெருக்கிய நொடி எந்திரமே என்று ஆனது நம் கெதி.
அம்மியில் அழகாய் அரைத்து
சாப்பிட்ட பொது நெஞ்செரிச்சல் என்றும் வந்ததே இல்லை.
மண் பானை மணத்தில் தண்ணீரின் சுவை
தொண்டைக் குழியில்தந்த விருந்து
தேவை பட்டது இல்லை இருமல் மருந்து.
தரையில் அமர்ந்து கால் மடித்து
உண்ட உணவு, அதை தொடர்ந்த
குடும்பத்துடன் அடித்த அரட்டை
உணவு செரிமானத்துக்கு
என்றுமே பஞ்சம் இருந்ததுஇல்லை.
நேத்து வச்ச மீன் குழம்பும்
மிஞ்சிய சாதத்தில்
தண்ணீர் ஊற்றிய சோறும்
என் உடலுக்கு என்றும் கேடு விளைவித்ததில்லை
குளிர்சாதனப்பெட்டியில் வைய்த்த

மிஞ்சிய மீனும் எஞ்சிய எலும்புக்கறியும்
உடலின் உறுப்புகளை உலுக்கும்
அபாயம் என்ன சொல்வது??
குளிர் சாதன பெட்டியின் குளிர்ந்த நீர்
குளிர்ந்த பெட்டியில் மனிதனை வைக்கும்
நிலையில் வடித்த கண்ணீர்.
இயந்திரங்கள் நம் அனுதின நேரத்தை மிச்சப்படுத்தலாம்
ஆனால் நம் வாழ் நாள் நேரத்தை
துச்சப்படுவது நிஜமே.
வீசி எறியுங்கள் இயந்திரத்தை
வாழ்வோம் மீண்டும் இயற்கை மனத்துடனே.

26. சிந்தனைக்காக

சினங்கொண்டு அலையும்
சீரில்லாதோர் சிந்தனைக்கு.
மாணவர்களின் பொறுப்பைத் தட்டிக்கழித்து
வெறுப்பைத்தூண்டி விடும்
சில்லறைத்தனம் ஏன்??
ஏவுகணையும், எவரெஸ்ட்டும்,
எட்டும் நிலைக்கு எடுத்து வரத்துடிக்கும்
துடிப்புள்ள மாணவ சமூகம்.
ஏவுபவர்களின் எண்ணம் அறியாது
எடுத்தெறிந்து துண்டைத்தூக்கும் அவலம் ஏன் ??
காவியம் பாட வேண்டியவர்களை,
காவி கோஷம் போடத்தூண்டுவது ஏன்??
பாகுபாடில்லாத தோழமை,
பிரித்துப்பார்க்காத பிரியம்,
இவை தானடா நாங்கள் கண்ட மாணவப்பருவம்.
சரித்திரம் காணாத வரலாறு
வரைமுறையில்லா வன்மம்
பாரதத்தின் இளைய தலைமுறையினை
இனம் தெரியாமல் சிதைப்பது ஏன்!!
கற்ற கல்வி எங்கே? பெற்ற ஞானம் எங்கே?
சிந்திக்க மாட்டாயா!!
உடையின் மீது உனகென்ன உரிமை?
உன்னதமான மார்க்கத்தின்

உரைகளை கேட்டாயா?
இந்து முஸ்லீம் இனக்கத்தின்
வரலாறு படித்தாயா ?
மதக்கலவரத்தைத்தூண்ட நினைக்கும்
வீனர்களின் வீரியத்திற்கு
இறையாகாதே இளைய சமுகமே.
சுனாமியிலும் வெள்ளத்திலும்
துடித்த சொந்தங்களை
காவியா? சிலுவையா?தொப்பியா?
என்று பிரித்துப்பார்த்திருந்தால்
இன்று பல உயிர்கள்
இம்மண்ணில் ஊசலாடியிருக்கும்.
துரத்தி விடு உன்னைத்தூண்டும்
துஷ்ட சக்தியை.
துள்ளி வந்து துடிப்புடன் துணை நிற்போம்.
விழித்தெழு- உண்மைக்கு
உரிமைக்குரல் கொடு.
நட்பிலும் ,அன்பிலும்,
தோலுடன் தோல் சேர்த்து
நிற்கும் நாம் - என்றும் ஓர் சமுகம்.

27. ஞாபகம் வருதே!!

ஞாபகம் வருதே!!

பள்ளிப்பருவ நோன்பின் காலங்கள்.

படிக்கலைனா பிரம்பைத்தூக்கும் ஆசிரியர்,

நோம்புன்னு சொன்னா அடிக்காம விடும் அன்பு.

எச்சில் விழுங்கினா நோம்பு

போய்டும்ன்னு யாரோ சொல்ல

எட்டி எட்டி போய்

எச்சில் துப்பிய அறியாமை.

எனக்காக நோம்பு நேரத்தில்

தன் உணவை தியாகம் செய்த

மாற்று மத நண்பரகள்.

நோம்பு பிடிக்கும் போதெல்லாம்

நாளை முதல் நோம்பு பிடிக்க மாட்டேன்

என்று அம்மாவிடம் பிடிக்கும் அடம்.

நோம்பு திறந்த பின்,நாளை சஹர்

கண்டிப்பாக எழுப்பு என்று சொல்லும் திடம்.

நோம்பு கஞ்சி வாங்க

தூக்கை தூக்கிட்டு ஓடும் சகோதரன்

நானும் போக முடியாதா?என்று ஏக்கத்துடன் கேட்கும் சகோதரி.

இரவுத்தொழுகையில்

நண்பர்களுடன் அடிக்கும் லூட்டி.

சத்தம் போடாமல் இருங்கள்

என்று அதட்டும் அங்கு இருக்கும் பாட்டி.

இரவு நேர விளையாட்டுக்கள்,
பால் டப்பாவில் ஓட்டை போட்டு
விளக்கு செய்த விஞ்ஞானிகள்.
பானை தூக்கியும், கம்பு நட்டியும்,
விளையாடிய விளையாட்டு வீரர்கள்.
ஜனா சபையை விட
எங்கள் யூனோ சபை பெரியது.
கூட்டான்சோறு, கருவாடு, முட்டைனு
கூட்டத்தோட மாடியில் நிலவோடு.
திருடனும், பேயும் கட்டி வைக்கப்பட்ட காலம்னு
பெரியோர் சொல்ல பயமின்றி பல தெருக்கள் சுற்றிய காலம்.
பெருநாள்னா திருநாளாக
உடை எடுத்தது,
பெரியவங்க தரும் காசுக்காக,
கையில் ஒரு சின்ன பை கொண்டு திரிந்தது.
பிரியாணி ஆக்கி பிரியமுடையவர்களுடன் பகிர்ந்தது.
சின்னச்சின்ன சந்தோஷமும்
சிலிர்க்க வைக்கும் - ஞாபகம் வருதே!!

28. பெற்றோர்

குழந்தைப்பருவத்தில் எனக்கு
எல்லாம் சொல்லித் தந்தவர்கள்.
நான் சிந்திய சோற்றை
அள்ளி எடுத்தவள்.
திரும்பத்திரும்ப கேட்டாலும்
திட்டாமல் சிரித்துக்கொண்டே
சொல்லித்தந்த பொருமை.
அன்பாய் எனக்கு
சோறு ஊட்டிய தாய்.
அறிவை ஊட்டிக்கொண்டே
என்னுடன் நடை பயில வந்த என் தந்தை
வாயில் இருந்து வடியும் எச்சியும்
அசிங்கமில்லை அவளுக்கு
என் சிணுங்கலுக்கு கூட ஓடி வருபவள்.
தன் உறக்கத்தை துச்சமாக எண்ணிய தாய்
உழைத்து ஓடாய்த் தேய்ந்த என் தந்தை
இது நம் குழந்தைப்பருவ நினைவுகள்
இன்று அவர்கள் வயதானவர்கள்.
சொன்னா புரியாதா?
எத்துனை முறை சொல்ல உனக்கு?
இது முதிர்ந்து போன
அவர்கள் கேட்கும் சுடு சொல்.
சோறு குடுத்தா

சிந்தாம சாப்பிட மாட்டியா?
கேட்கும் பிள்ளைக்கு
மனசாட்சி இல்லையா?
எச்சில் துடைக்கவும்
மலம் கழுவவும் அசிங்கப்பட்டு
உன்னை பெத்தவர்களுக்கு யாரோ மலம் கழுவுவதா?
சிறு வயதில் உனக்கு கழுவ
அவர்கள் தயங்கியது உண்டா??
உனக்கு செய்தவர்களுக்கு
நீ வளர்ந்து அவர்களுக்கு
செய்வதில் என்ன அசிங்கம்!
உரக்கப் பேசினால் உறங்கும் பிள்ளை
விழித்திடுவானோ என எண்ணிய பெற்றோர்.
கடுமையான வார்த்தையில்
காயப்படுத்தும் பிள்ளைகளே சிந்திப்பீரா!!
உன் குழந்தைப் பருவத்தில்
உன்னை தாங்கியவர்களை
அவர்கள் தள்ளாத வயதில்
தாங்கவில்லை என்றாலும்
பரவா இல்லை,
எடுத்து எறிந்து நடக்க வேண்டாம்.
அவர்கள் உனக்காக தன் வாழ்வை
தியாகம் செய்த ஈடில்லா உள்ளங்கள்.
என்றும் பெற்றோரை உயிரினும் மேலாக மதிப்போம்.
அவர்கள் முதுமையில் உடனிருந்து
தோல் கொடுத்து தங்குவோம்.
தன்னலமில்லா அன்பு அது ஒன்றே.

உனக்காக இறைஞ்சும்
உள்ளமும் அது மட்டுமே.
முதியோர் இல்லம் வேண்டாம்
முடிந்த வரை நம் இல்லம்
மட்டுமே போதும்.
அன்பை ஊட்டியவர் களை
அரவணைத்து வாழ்வோம்.

உனக்காக இறைஞ்சும்
உள்ளமும் அது மட்டுமே.
முதியோர் இல்லம் வேண்டாம்
முடிந்த வரை நம் இல்லம்
மட்டுமே போதும்.
அன்பை ஊட்டியவர் களை
அரவணைத்து வாழ்வோம்.

29. அம்மா.

அம்மான்னா சும்மா இல்லடா
அவ இல்லேன்னா யாரும் இல்லடா
கேட்டேன் பாடல் வரிகள்
உதிர்ந்தன பேனாவில் என் வரிகள்......
அம்மா என்பது ஒரு சிறிய வார்த்தை
அதில் அவள் அடக்குவது பெரிய உலகத்தை.
உதிரம் போக்கி எனக்கு உயிர் கொடுத்தாள்
அவள் வலியில் வந்தேன் நான் வெளியில்.
பெரிய படிப்பு படித்ததில்லை என் தாய்
எனினும் தானறிந்த அனைத்தையும் கற்றுக்கொடுக்க மறந்-
தில்லை அவளின் வாய் .
பசியறியாது ருசியுடன் ஊட்டினாள் எனக்கு
அவள் உண்ணும்போது பசியே ஆறிப்போனது அவளுக்கு.
சுடு சோறு உண்டதில்லை அவளுக்கு
சுடச்சுட ஊட்ட மறந்ததில்லை எனக்கு .
என் சந்தோஷம் அவளது வாழ்க்கை
எப்பொதும் தந்தாள் எனக்கு நம்பிக்கை.
அவளின் அருமை உணர மறந்தேன்
நான் தாய்மை அடைந்த போது அதன் மகத்துவம் உணர்ந்தேன்.
அன்புடன் நம்மை வளர்த்தாள் அவள் இல்லத்தில்
அவளை ஏன் விடுகிறீர்கள் முதியோர் இல்லத்தில் .
குழந்தைப்பருவத்தில் அவள் நமக்கு விதைத்ததை

அவளது முதுமைப்பருவத்தில் நாம் அவளுக்கு அறுப்போம்.
நாம் விழுந்த போது கை தூக்கியது அவளே
அவள் தள்ளாடும் போது கை பிடிக்க வேண்டும் மகளே!
அவளுக்கு தேவை உன் அரண்மனை அல்ல உன் அண்மை.
ஓய்வை அறியாத அவள் உடலும்
ஓய்வெடுத்த போது அது அவளது சடலம்.
என் வாழ்விற்கு அர்த்தம் தந்தது அவள் என்னை ஈன்ற போது
என் வாழ்வே அர்த்தமிழந்து போனது அவள் என்னை பிரிந்து
போன போது.
உயிருடன் இருக்கும் அன்னையை அரவணைப்போம்
அம்மான்னா சும்மா இல்லடா அவ இல்லேன்னா
நமக்கு யாரும் எதுவும் இல்லேடா.

30. நன்றி கொரோனா

கொரோனா- என் நண்பன்!! குமுறினான் ஒரு கணவன்
வாரத்திற்கு ஒரு சினிமா இனி இல்லை என் கண்ணம்மா.
வார விடுமுறை என்றால் பார்க் , ஹோட்டல் என்று என் பர்ஸை
ஆக்கினாள் காலி
அதற்க்கு போட்டான் என் நண்பன் (கொரோனா) ஒரு வேலி.
வித விதமான சேலை, கைப்பை, லிப்ஸ்டிக் இத்யாதிக்கள்
இப்பொழுது அலமாரியில் அகத்திக்கள்.
வார விடுமுறையில் பைக்கும், காரும் பறந்தன அன்று
வரை முறையில்லா விடுமுறையில் என் வீட்டு வாசலில் அவை
மலர்ந்தன இன்று.
என்னையும் விடவில்லை என் நண்பன்....
வீட்டு வேலை செய்ய இல்லை ஆள்
இனி நீ தான் என் கை ஆள் (சொன்னால் மனைவி).
உலகம் சுற்றிய ஆண்
இன்று வீட்டை மட்டுமே சுற்றும் நான்.
அம்மா என்றும் மனைவி என்றும் கூப்பிட்ட குரலுக்கெல்லாம்
ஓடும் என் மனைவி
இவ்வளவு உழைக்கிறாளா என் அன்புத்துணைவி!!!
வேலையில்லை, கையில் பணமில்லை எனக்கு
இருந்தும் குறைவில்லை என் துணைவி காட்டும் அன்புக்கு.
ஆணவம், அகம்பாவம், பொருளாசை
அனைத்தயும் கொன்றது கொரோனா

மனித நேயம், அன்பு, அரவணைப்பு இவற்றை
மக்கள் மனம் ஈன்றது.
நன்றி கொரோனா நீ கற்றுத்தந்த பாடம்
நீ விடைபெறு, இனி எங்களை வாழவிடு.

31. செல்லமே

என் வாழ்விற்கு அர்த்தமாக பிறந்த என் செல்ல மகன் .

காலையில் கண் திறந்தது முதல் இரவு கண் மூடும் வரை என்

காதில் கேட்கும் உன்

சப்தம்,

இப்போது என் வாழ்வில் நிசப்தம்.

என் ஒவ்வொரு நொடியும் உனக்காக அன்று _

ஒரு நொடி கூட யுகமாக போகுது நீ இல்லா இன்று.

பிள்ளை இருக்கும் போது சொல்வது தொல்லை

என் செல்லக்கண்ணை பிரிந்த போது

சொல்ல வார்த்தை இல்லை!

16 வயதானாலும், நீ எனக்கு குழந்தையே-

நீ இல்லாத நம் வீடு வெறுமையே .

என் செல்லக் கண்ணே! என் கருவறையில் இருந்தவனே

என் இதய அறையில்பூட்டி வைத்த உயிரே!

என்றும் உனக்காக இறைவனை இறைஞ்சும்,

இந்த தாயின் வலியுடன் வரைந்த வார்த்தைகள்.

32. பறவை

என்னை நெகிழ வைத்த ஒரு காட்சி

கடந்த சில நாட்களாக எனது அலுவலக ஜன்னலில் ஒரு பறவை

அடை காப்பதை

தினமும் ரசித்து வருகிறேன்.

இன்று நான் கண்ட காட்சி என்னை நெகிழ வைத்தது .

அந்த பெண் பறவை மிகவும் கவமுடன் தன் இடத்தை விட்டு

அகலாது இருந்தது ,

திடிரென ஒரு ஆண் பறவை மெதுவாக வந்து அந்த இடத்தை

பற்றிக்கொள்ள

பெண் இரை தேடி பறந்தது.

என் பார்வைக்கும் அறிவுக்கும் இது புதிது.

கர்ப்பகாலத்தில் ஒரு பறவைக்கு கூட

அதன் துணையின் நிலை அறிந்து உதவ மனம் வரும்போது

நம் மனித இனத்தில் பலர் பெண்மையை உணர மறுப்பது

வலியுடன் கூடிய உண்மையே.

என்னை இந்த பதிவையிட உந்தியதும் இதுவே.

சிந்திப்போம் மனிதனாக செயற்படுவோம்.

33. அன்புள்ள அண்ணா

என் உடன் பிறந்தவளின் உயிரானவனே!
எங்கள் குடும்பத்திற்கு பயிரானவனே.
உன் அன்பை விவரிக்க தேடுகிறேன்
ஆழ்கடல் தாண்டியும் கோப்புகளை.
அன்று முதல் இன்று வரை துளியும்
மாற்றமில்லை உன் அன்பின் பாகுபாட்டில்.
இளமை ததும்பிய அக்காலம் முதல்
நரை துளிரும் இக்காலம் வரை, இயங்கும் நீ இயந்திரமா!
மகனாக , சகோதரனாக, கணவனாக, தந்தையாக
நீயாற்றிய ஒவ்வொரு கடமையும் யாரறிவார்
அதனை எப்போது புரிவார்?
பணத்தை மட்டுமே மதிக்கும் மனித மனங்களுக்கு மத்தியில்
குணத்தை மட்டும் பிரதிபலிக்கும் உன் மனையுத்தியில்.
பல உச்சங்களை அடைந்தபோதும், எவரையும்
துச்சங்களாக நினைத்ததில்லை ஒரு போதும்.
பிறருக்காக செய்தது பல
உனக்காக செய்ததுண்டா சில?
காணக்கிடைக்காத இந்த அறிய பொக்கிஷத்தை-
பாதுகாப்பாய் இறைவா எங்கள் அன்பின் சொத்தை.

34. சோதனையும் சாதனையே !

• 46 •

சோதனையும் சாதனையே !
எத்தனை சோதனை வந்தாலும்
அதனை தாங்கி வாழ்கிறாய் என்றால்
சோதனை மட்டுமல்ல அதனை தாங்கும் சக்தியையும்
சேர்த்து தந்தவன் அந்த இறைவனே!
சோதனையில் துவண்டாலும் மீண்டும் எழுந்து நிற்கும் சக்தி-
சாதனையே.
துன்பத்தில் துவழாமல்-துணை நின்று தாங்கும் இறைவனுக்கு
நன்றி கூறு.
சோதனையும் சாதனையே!

35. ஏக்கம்

அருகில் இருக்கும்போது அறியாமையில் இருக்கும் அன்பு
தூரத்தில் போனதும் துயரத்தில் ஆழ்த்துவது அதன் பண்பு.
உடனிருக்கும் போது உணராத உன்னத அன்பு
உனைப்பிரிந்து இருக்கும் போது உணர்த்தும் வலி அது அம்பு.
பணத்திற்காக இறக்கை கட்டி பறக்கும் பெற்றோரே!
பிஞ்சிகளின் பட்டம் பூச்சி ஆசைகளை மறவாதீர்.
எத்தனை ஏக்கங்கள், எத்தனை எதிர்பார்ப்புகள்,
இவைகளை புதைத்து விடுகிறது உங்கள் அலுவலக கோப்புகள்.
நாம் வாழ்வது நம் அன்பு நெஞ்சங்களுக்கே-
வாழும்போது இணைத்து இருப்போம் அவர்களுடனே.

36. அரவணைப்பு

அன்பை பகிர வில்லை என்றாலும்
ஆதங்கத்துடன் அழுகையில்
அரவணைக்கும் தோள்
இல்லை என்றால்
ஆயிரம் சொந்தம் சூழ்ந்தாலும் அனாதையே!!
கலங்கும் முன் கண்ணீர்த் துடைக்க
கைகள் உண்டு என்றால்
அதை விட பொக்கிஷமான
ஒன்று எதுவும் இல்லை.
வாழும் போது வரும்
மனிதர்கள் வேஷம்
வீழும் போது துணை நிற்கும்
கைகள் தான் உன் சுவாசம்
உத்யோகம் தரும் உந்துசக்தி
உலகின் உச்சாணி வரை
உன்னை ஊர்ந்து கொண்டு போகும்.
துவண்டு போகாமல்
வீழ்ச்சியை விலக்கி
அதன் பின் உள்ள
வாழ்கை கற்று தரும் பாடத்தை அறிந்தால்
எதிர்கொள்ளும் வெளிச்சம்
என்றும் உனக்கு நிச்சயம்.

எதிர்பாராமல் வரும் சோதனை
உனக்கு உன் இறைவன்
மறைத்து வைத்து இருக்கும்
உனக்கான ஒரு சாதனை .
பொறுத்து இரு, இறைவனை
புரிந்து, நம்பி வாழு.
என்றும் கைவிடாத அன்பு,
அக்கறையாய் அரவணைக்கும் தோள்,
கண்ணரை துடைக்கும் கைகள்,
இவை தான் நீ
சேர்க்க வேண்டிய சொத்து.
இது இருந்தாலே வாழ்க்கை ஒரு கெத்து.